ᜊᜌ᜔ᜊᜌᜒᜈ᜔

BAYBAYIN

Ating Tuklasin!

Leo Emmanuel Castro

Baybayin: Ating Tuklasin!
Karapatang-ari ng teksto © 2019 Leo Emmanuel Castro

Maaaring mabili ang aklat na ito at iba pang mga aklat pambata
mula sa www.stmatthews.ph

St. Matthew's Publishing Corporation First RVC Building, 92 Anonas Cor. K-6th Streets, East Kamias, Quezon City (02) 426-5611 || inquiry@stmatthews.ph www.stmatthews.ph

PAUNANG SALITA

Bata pa ako, noong nag-aaral pa sa elementarya, nang ipakilala ng guro sa klase ang baybayin. Sa loob ko, bakit kaya hindi ito ginagamit sa pagtuturo sa amin? Tumatak ito sa akin. Kaya naman noong ako'y naging isa nang mananaliksik ng kultura, ginamit ko ang baybayin sa pagbuo ng isang metodolohiya sa pag-aaral ng kultura.

Mahalaga ang *Baybayin, Ating Tuklasin* na isang akdang pambata na nagtuturo ng baybayin. 'Di lamang sulat ang itinuturo nito, kasama na rin dito ang maikling kasaysayan ng sulat at kung bakit mahalaga ito bilang salamin ng wika at kultura. Sa aking pag-aaral sa Quiapo, ginamit ko ang baybayin sa pagbuo ng pag-aaral ng ating kultura na tinawag kong "Pamamaraang Ka." Tulad ng baybayin "Ka" na nagpapakita ng dalawang daloy na pinag-ugnay sa gitna, pinag-ugnay ko ang KAsaysayan, KAranasan, KAtaalan, at KAhulugan bilang pamamaraang angkop sa pag-aaral ng ating kultura. Magkakasama kami nina Reimon (Cosare), Shirley (Libre), Leo (Emmanuel Castro), Melissa (Cardenas), at Orlan (de Guzman) sa Quiapo na pawang may kani-kaniyang paraan ng pagsulong ng baybayin bilang gawaing pangkultura.

Bilang isang aklat pambata, sana'y magsilbi itong pinto na magbubukas sa pagkakaroon ng mga bata ng mas malawak na interes sa yaman ng kultura ng ating bayan. Sa naglathala ng aklat na ito, ang Kahel Press, at lalo na sa mga babasa at tatangkilik ng aklat.

Dios Mabalos!

Teresita B. Obusan, *Ph.D. Philippine Studies*
July 23, 2019

TALAAN NG MGA NILALAMAN

PAMBUNGAD

Mga larawan ng mga bayani, iba't ibang tanawin at hayop na mahahanap dito sa Pilipinas, mga salita na nakasulat sa alpabetong Filipino at mga numero—iyan ang makikita ninyo na nakaimprenta sa perang papel natin.

Bukod sa mga ito, may napansin pa ba kayong kakaiba na nakaimprenta sa perang papel natin?

Napansin ba ninyo ito?

Alam ba ninyo kung ano 'yan? Nakasulat diyan ang mga titik sa baybayin na ang katumbas na mga pantig ay ang mga sumusunod: Pi - Li - Pi - No. Nakasulat 'yan sa sinaunang sulat ng mga Tagalog na ang tawag ay *baybayin*.

Kung mahirap hanapin, ito ay dahil sa napakaliit na pagkakasulat nito.

May mga lugar din kung saan makikita ang paggamit ng baybayin. Kung pupunta ka sa University of the Philippines sa Los Baños, Laguna, makikita mo ang mga *street sign doon* na nakasulat sa alpabetong Filipino at may nakasulat din na gamit ay baybayin.

Sa kasalukuyan, marami na rin ang nag-aaral ng baybayin dahil sa lumalawak na interes sa *calligraphy* gamit ang katutubong paraan ng pagsulat. Kaya hindi nakapagtatakang nakikita na natin ito sa ating paligid.

Saan pa kaya makikita ang baybayin? Masdan ang inyong paligid at hanapin. Nasa selyo ba ng inyong barangay o bayan? May negosyo ba kayong napansin o produktong nakita na may sulat na baybayin? Tumingin-tingin at hanapin natin!

Baybayin o Alibata?

Para sa aklat na ito, ang pangalang "baybayin" ay siyang itatawag sa sinaunang sulat ng mga Tagalog. Ang salitang "baybayin" ay makikita sa *Vocabulario dela Lengua Tagala* (1613)—ang unang diksyonaryo na inilimbag sa Pilipinas. Sa ngayon, dito matatagpuan ang pinakaunang pagbanggit sa pangalan ng sulat ng mga Tagalog.

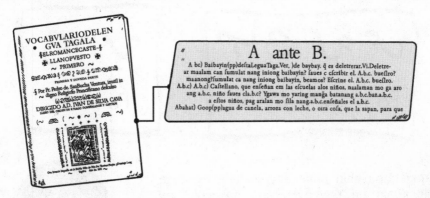

Ano naman ang *alibata*? Ang salitang *"alibata"* ay ibinansag ni Paul Verzosa batay sa sulat na nakita niya sa Maguindanao noong 1914. Ayon kay Verzosa, ibinansag niya ang "alibata" sa sulat ng mga Tagalog dahil sa pangkaraniwan na ang pangalang "baybayin" at nais niya itong bigyan ng isa pang pangalang mas katangi-tangi.

Kinuha ni Verzosa ang unang tatlong titik ng sulat na nakita niya sa Maguindanao na **alif, ba,** at **ta.** Inalis niya ang **f** para mas madali itong bigkasin kaya naging **alibata**!

Ang pagtawag ng "*alibata*" sa baybayin ay nagdulot ng problema dahil sa pagkakalapit ng tunog nito sa salitang "alpabeto," na tawag naman sa ginagamit nating sulat at batay sa *alphabet* ng mga Griyego. Ngunit magkaiba ang mga alituntunin sa pagsusulat ng baybayin at ng alpabetong Filipino.

Halimbawa, sa pangalan na "Paul," may nagsulat nito sa baybayin sa ganitong paraan:

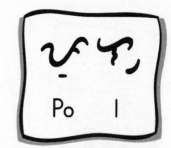

Kung babasahin natin ang isinulat ayon sa alituntunin ng baybayin, ang nakasulat ay Pa - A - U - La. Naging pangalan ng babae!

Paano naging "Paula" ang "Paul"? Paano nga ba babaybayin ang pangalan ni Paul gamit ang baybayin? Bago natin pag-aralan kung paano isulat nang tama ang pangalan ni Paul, basahin muna natin ang pandaigdigang kasaysayan ng sulat.

4

Maiksing Kasaysayan at Uri ng Sulat sa Daigdig

Mga Pinakaunang Paraan ng Pagsulat sa Ilang Lugar ng Mundo

Kung pag-aaralan natin ang kasaysayan ng daigdig, ang mga sinaunang sulat ay walang kinalaman sa tunog ng wika. Isa sa pinakamatandang labi na gawa sa isang batong may ukit ay mula sa matandang lugar na Mesopotamia na ngayon ay bahagi na ng bansang Iraq. May natuklasang batong may mga ukit na binansagang Sulat Sumerian (c. 3,200 BCE) kung saan ang mga guhit na makikita ay tinatawag na *cuneiform* dahil sa hugis ng mga marka nito na tila apa o *cone*.

Sa aklat na ito, ang gagamitin sa pagpepetsa ay ang **BCE** na **Before Common Era** at **CE** na **Common Era**. Sa mga bagong aklat pangkasaysayan, hindi *na ginagamit ang BC na Before Christ* at AD na *Anno Domini*.

Ang sistema ng pagsulat na *cuneiform* ay walang kinalaman sa tunog ng wika.

Bawat karakter o titik sa cuneiform ay sumasagisag ng mga kaisipan o mga bagay. Ang cuneiform ay maiuuri na *ideograph* o *logogram*.

Ang "*ideograph*" ay nabuo mula sa pinagsamang dalawang salitang ugat sa Griyego na *ideo* na ang ibig sabihin ay kaisipan, at graph na ang ibig sabihin naman ay sulat.

Samantala, ang "*logogram*" ay nabuo rin mula sa mga salitang ugat sa Griyego na *logo* na nangangahulugang sagisag, at *-gram* na nangangahulugang sulat o guhit.

Ang *ideograph* at *logogram* ay mga guhit na kumakatawan sa mga bagay o konsepto at mga kaisipan. Hindi ito tulad ng mga titik sa kasalukuyan nating alpabeto na mga tunog ang kinakatawan.

Ang sulat ng mga Sumerian na cuneiform ay guhit ng kanilang mga ideya at kaisipan, hindi ng tunog ng kanilang wika. Kung gayon, ang tanong sa atin ay kung ano kaya ang tunog ng wika ng sinaunang Sumerian.

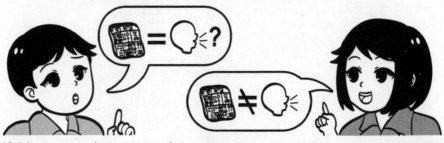

Kahit na ang sinaunang sulat ng bansang Hapon ay wala ring kinalaman sa tunog ng kanilang wika. Ang tawag ng mga Hapon sa kanilang unang sulat, na halaw sa sulat ng mga Tsino, ay *kanji*. Tulad ng sulat ng mga Sumerian, ang kanji ay mga simbolo ng mga bagay at konsepto na angkop sa lipunan ng mga Hapon.

Ang Kanji ay tinatantyang mayroong 50,000 mahigit na mga simbolo ng mga kaisipan at mga bagay na angkop sa lipunan ng Hapon. Kayo ba, kaya niyo kayang mag-saulo ng 50,000 na mga simbolo?

Mula sa kanji, naglinang pa ang mga Hapon ng mas payak at madaling matandaan na paraan ng pagsulat. Nag-imbento sila ng sulat na may kinalaman sa tunog ng kanilang wika: ang *hiragana*—sulat na karaniwang ginagamit sa araw-araw para sa mga salita sa kanilang wika; at ang *katakana*—sulat na ginagamit sa mga pangalan at mga salitang banyaga na iniangkop sa wikang Hapon ang pagbaybay.

Mula sa mga sulat na ideograph at logogram, tulad ng sulat ng mga Sumerian at ng kanji ng mga Hapon, ang sumunod na naimbento ay ang mga sulat na iniugnay sa tunog ng wika. Ang isang naging laganap na sistema ay inimbento ng mga Phoenician noong c. 1, 200 BCE. Sa sistemang ito, ang mga titik ay pawang katinig na tinawag nilang *abjad*.

Sulat na puro katinig? Tila mahirap isipin kung paano ang sulat ng wika na puro katinig. Sa tingin ba ninyo ay mahirap ito? Subukin natin ito sa alpabeto na gamit natin sa kasalukuyan.

Naintindihan ba ninyo? Kung nabasa ninyo at naunawaan, iyan ay dahil marunong kayong magsalita ng Tagalog at ang gamit sa pahayag na ito ay mga pantig mula sa wikang Tagalog. Ganyan din marahil ang paraan ng pagsulat ng mga Phoenician.

Naging laganap ang sistema ng panulat ng mga Phoenician dahil malayo ang narating ng kanilang pangangalakal sa mga bansang nakapaligid sa kanila. Malaking impluwensiya ang pakikipagkalakalan, dahil 'di lamang mga produkto ang pinagpapalitan kundi pati ang kultura. Kasama na rito ang paraan ng pagsulat.

Saan ba galing ang sulat na gamit natin sa kasalukuyan?

Tinatayang taon 800 BCE nang inimbento ng mga Griyego ang sulat na *alphabet*. Mula ito sa unang dalawang titik na *alpha* at *beta* sa kanilang sulat. Dahil sila ang makapangyarihan sa panahon na iyon, naging maimpluwensiya ang kanilang naimbentong paraan ng pagsulat. Binubuo ito ng mga katinig at mga patinig. Sa pagdagdag ng mga patinig sa pagsulat ng mga salita, naging mas madali ang pagbasa ng mga salita dahil ang lahat ng tunog ng wika nila ay nakasulat na.

Naging malawak ang impluwensiya ng mga taga-Phoenicia at mga Griyego kung kaya ang kanilang sistema ng pagsulat ay naging batayan ng iba pang mga sulat na lumaganap at ginagamit sa kasalukuyan, hindi lamang sa Europa, kundi maging sa iba pang dako ng daigdig.

PAGKALAT NG SULAT SA ASYA

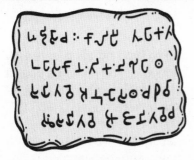

Naging malaki ang impluwensiya ng bansang India sa pagkalat ng sulat sa Asya. Sa imperyo ni Emperador Muriya ng India na noong c. 300 BCE, nag-umpisa ang sulat na ang mga titik ay sumasagisag sa tunog ng wika. Tinawag ito ng mga historyador na *Sulat Brahma*.

Dulot ng pakikipagkalakalan ng India sa iba pang mga bansa sa Asya, nakaimpluwensiya ito sa pag-imbento ng mga sulat na angkop sa wika ng iba pang mga bansa.

Kaya naman ang mga kalapit na bansa ng Pilipinas ay may kani-kaniyang mga sulat, tulad ng mga bansang Thailand, Cambodia, at sa ilang bahagi ng Indonesia na may kani-kaniya ring katutubong sulat na patuloy na ginagamit ng mga mamamayan nito. Paano kaya sinusulat ang salin ng "magandang umaga" sa Thailand, Cambodia at Indonesia?

អរុណសួស្តី
Sulat Khmer, Cambodia

วัสดีตอนเช้าค่ะ
Thailand

ꦱꦸꦒꦼꦁꦲꦺꦚ꧀ꦗꦶꦁ
Indonesia

MGA LABI NA MAY SULAT BAGO DUMATING ANG MGA KASTILA

Bago pa dumating ang mga Kastila, ang mga katutubo ng ating bansa ay marunong nang magbasa at magsulat batay sa mga labi na nahanap dito sa kapuluan. Isa sa maituturing na pinakamatandang labi ay ang Binatbat na Tanso ng Laguna o ang *Laguna Copperplate* na ginawa noong c. 900 CE.

Kung titingnan nang malapitan, ang nakasulat ay hindi baybayin. Nang mahanap ito noong 1989, hindi malaman kung ano ang mensahe nito dahil nakasulat ito sa banyagang titik. Si Anton Postma, isang antropolohista na nagsasaliksik ng kultura ng mga Hanunuo sa Mindoro, ang nakasalin nang tama. Ayon kay Postma, ang sulat Kawi at ang wikang gamit ay halong Bahasa at sinaunang Tagalog.

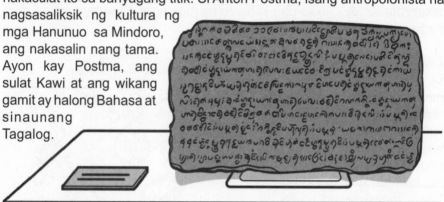

Ang sulat na ito ay ang gamit na sulat sa isla ng Java, Indonesia. Noong naisalin ang nakasulat sa *copperplate*, ito pala ay isang kasunduan na may kinalaman sa pagpapatawad o pagbubura ng utang.

Ang ikalawang pinakamatandang labi na may sulat ay ang *Butuan Rhinoceros Ivory Seal.*

Ayon sa National Museum, ang nakaukit ay unang sinalin ni Anton Postma at ayon sa kanya ang sulat na gamit ay kawi. Ang basa raw ng nakaulat ay But-wan ang matandang pangalan ng lungsod ng Butuan. Tinakda na ginawa ang ivory seal na ito noong c.1000 CE at ginagamit bilang selyo o pantatak sa mga produktong kinakalakal para malaman ang pinanggalingang lugar.

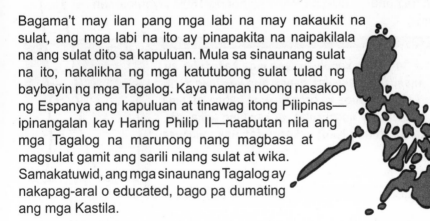

Bagama't may ilan pang mga labi na may nakaukit na sulat, ang mga labi na ito ay pinapakita na naipakilala na ang sulat dito sa kapuluan. Mula sa sinaunang sulat na ito, nakalikha ng mga katutubong sulat tulad ng baybayin ng mga Tagalog. Kaya naman noong nasakop ng Espanya ang kapuluan at tinawag itong Pilipinas—ipinangalan kay Haring Philip II—naabutan nila ang mga Tagalog na marunong nang magbasa at magsulat gamit ang sarili nilang sulat at wika. Samakatuwid, ang mga sinaunang Tagalog ay nakapag-aral o educated, bago pa dumating ang mga Kastila.

Ayon kay Padre Pedro Chirino, isang Heswita at misyonero:

> "Sanay ang mga taga-pulo sa pagsusulat at pagbabasa, na halos walang mga lalaki, at lalo na mga babae, na hindi marunong magbasa at magsulat nang ayon sa gawi ng Kamaynilaan."
>
> *(Isinalin mula sa isinulat ni Chirino noong 1604).*

Pinatotohanan ito ni Dr. Antonio de Morga, isang mahistradong Kastila na nanungkulan sa Pilipinas noong 1609. Ayon naman sa kaniya:

> "Sa buong kapuluan, ang mga katutubo ay mahusay magsulat gamit ang kanilang titik... Lahat ng mga katutubo, mga babae at mga lalaki, ay nagsusulat sa kanilang wika, at kakaunti ang hindi nakasusulat nang mahusay o nang tama."
>
> *(Isinalin mula sa isinulat ni Morga noong 1609).*

Ngunit bago pa ito naisulat nina Chirino at Morga, inilathala ng mga misyonerong Kastila ang *Doctrina Christiana* noong 1593.

May tatlong bahagi ang aklat na *Doctrina Christiana*. Ang *Doctrina Christiana* ay isang aklat ng mga panalanging Katoliko. Ang unang bahagi ay mga panalangin na nakasalin sa Kastila at nakasulat sa alpabeto. Ang ikalawa ay mga panalangin na nakasalin sa wikang Tagalog at nakasulat sa alpabeto. Ang ikatlong bahagi naman ay mga panalangin na nakasalin sa Tagalog at nakasulat sa baybayin.

Sa tingin ninyo, isasalin ba sa sulat ng mga Tagalog ang *Doctrina Christiana* kung hindi laganap ang baybayin noong panahon na iyon?

'Di ba't ang galing ng ang mga ninuno natin? Ngayon ay pag-aralan na natin kung paano sumulat sa baybayin!

Baybayin
Sinaunang Sulat ng mga Tagalog

ARALIN ANG BAYBAYIN

Alam na ninyo ngayon ang kasaysayan ng sulat dito sa Pilipinas. Bago pa dumating ang mga Kastila sa ekspedisyong pinangunahan ni Ferdinand Magellan noong March 16, 1521, nagsusulat na ang mga ninunong Tagalog gamit ang sarili nilang paraan ng pagsulat.

Madaling pag-aralan ang baybayin dahil apat na bagay lang ang kailangang tandaan at matutuhan tungkol sa sinaunang sulat. Ang mga guhit ng baybayin ay madali at kayang-kayang gawin ng bata man o matanda.

MAGSANAY TAYO!

Isulat ang mga guhit na gagamitin natin sa pagsulat ng mga titik ng baybayin.

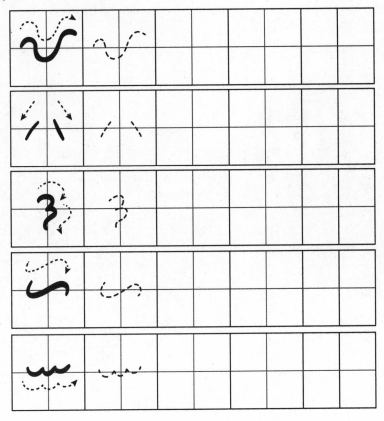

Sa baybayin ng mga Tagalog, apat lang na gabay sa pagsulat ang kailangan pag-aralan at matutuhan. Kapag natutuhan ninyo na ito, makakaya na ninyong isulat ang lahat ng salita at mga pangungusap ng sinaunang wikang Tagalog.

Pag-aralan natin ang apat na gabay sa pagsulat ng baybayin.

Unang Gabay: Ang mga Titik ng Baybayin

Ang pagkakasunod-sunod at pagkakasulat ng mga titik ng baybayin na nakapaloob sa aklat na ito ay mula sa unang aklat na inilimbag dito sa Pilipinas noong 1593, ang *Doctrina Christiana*.

Mula sa *Doctrina Christiana* ang mga titik (na may kaunting pagbabago) at ang nakalatag na pagkakasunod-sunod ng mga titik sa aklat na ito.

Ang mga Patinig

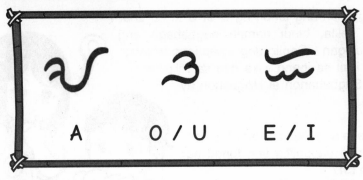

Bago dumating ang mga Kastila, tatlo lang ang tunog patinig sa wikang Tagalog. Makikita na ang tunog ng **O** at **U**, at ang **E** at **I** ay itinuturing na isa. Makikita rin na isang titik lamang ang kumakatawan sa tunog ng **O** at **U** at ng **E** at **I**. Ano kaya ang dahilan nito?

Suriin natin ang ilang salita na ito sa Tagalog.

tao at tau

malaki at malake

Kahit pagpalitin ang tunog ng **O** at **U** at ng **E** at **I** sa mga salita, hindi naman nagbabago ang mga kahulugan . Ganito ang sinaunang wikang Tagalog. Pati sa ibang wika dito sa Pilipinas tulad ng Sugbuhanon at Hiligaynon ay ganito rin.

Ano pa kaya ang mga salitang Tagalog na maaaring pagpalitin ang tunog ng **O/U** at ng **E/I**?

ANG MGA KATINIG

Ayon sa *Doctrina Christiana*, ito ang pagkakasunod-sunod ng mga katinig ng baybayin ng mga Tagalog:

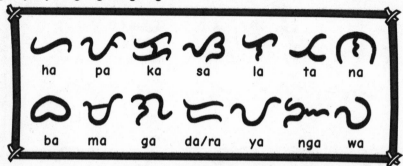

| ha | pa | ka | sa | la | ta | na |

| ba | ma | ga | da/ra | ya | nga | wa |

Tulad ng tunog ng **O/U** at **E/I**, ang **Da** at **Ra** ay maaaring maging isa. Halimbawa, sa mga salitang Tagalog na "daw" at "raw," "dito" at "rito," at "madami" at "marami," kahit pagpalitin ang tunog Da at Ra sa mga salitang ito, hindi nagbabago ang kahulugan ng mga salita. Kaya sa sinaunang Tagalog, ang sulat ng Da at Ra ay iisa.

Sa mga titik na iyong natutunan, alin sa mga titik ang nakita niyo na sa kasaysayan ng Pilipinas? Tingnan nang mabuti ang bawat isa. Kung ang sagot niyo ay ang baybaying titik Ka, kayo ay TUMPAK!

Ang ginamit na tatak ng Katipunan sa mga opisyal na dokumento nito ay may titik na "ka" na nakapaloob sa mga sinag ng araw. Ginamit din ito sa ilan sa mga bandila ng Katipunan. Ang titik "ka" ay para sa salitang "kalayaan." Ang sagisag na ito ay kinilala ng mga historyador bilang "Liwanag ng Kalayaan."

Iyan ang baybayin ng mga Tagalog. Basahin nang paisa-isa ang mga titik ng baybayin ayon sa pagkakasunod-sunod ng mga ito. Pansinin na ang mga pantig katinig (*consonant syllables*) ay may nakapaloob na tunog patinig (*vowel sound*) na **a**.

Bilangin mo kung ilan lahat ang batayang titik ng baybayin. Alin ang mas marami, ang mga titik ng baybayin o ang mga titik ng alpabetong ginagamit natin ngayon?

Kung kaya mong sauluhin ang mas maraming titik ng alpabeto, kayang-kaya mo ring sauluhin ang mga titik ng baybayin!

24

Alamin natin kung paano isulat ang bawat titik ng baybayin. Sundin ang mga gabay para sa bawat titik. Subukin mo namang isulat ang mga titik sa baybayin sa pinakahuling kahon.

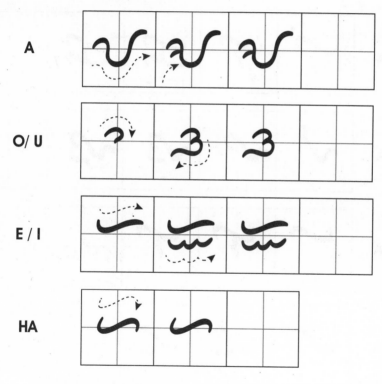

25

PA

KA

SA

LA

TA

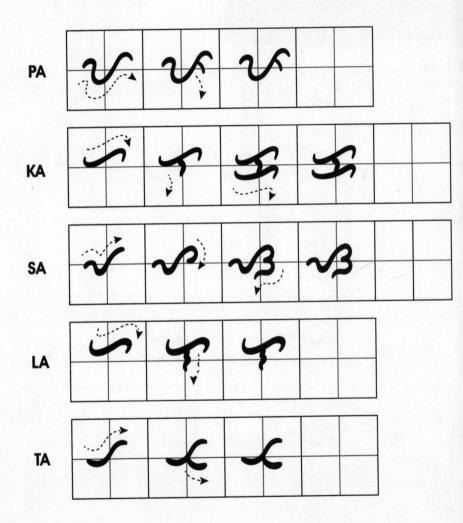

NA

BA

MA

GA

DA/RA

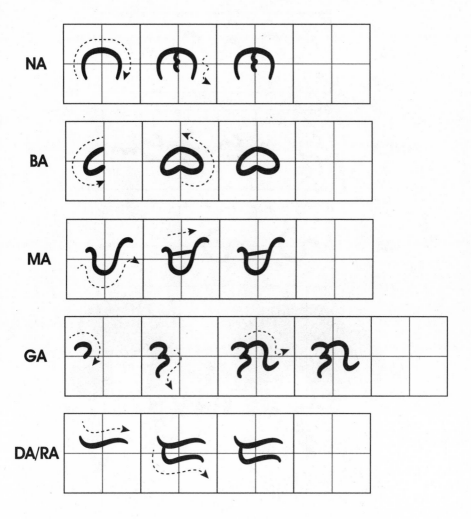

YA

NGA

WA

Ikalawang Gabay: Pagkukudlit

Kung napansin ninyo ang mga katinig, bawat tunog ay may katambal na **a**. Siyempre, hindi palaging **a** ang katambal na tunog katinig ng mga pantig (*syllable*) ng mga salita.

Para maiba ang nakapaloob na tunog patinig (*vowel sound*) ng mga pantig katinig (*consonant syllable*), nilalagyan ito ng **kudlit**. Ang kudlit ay isang marka, tulad ng maiksing guhit, na inilalagay sa mga baybaying *katinig*. Kung ilalagay sa taas at nakalapat sa gitna ng titik, ang nakapaloob na patinig ay nagiging e/i . Kung ilalagay naman sa ibaba at nakalapat pa rin sa gitna ng titik, ang nakapaloob na patinig ay nagiging o/u.

Ba   Be/Bi   Bo/Bu

Mapapansin ang paggamit ng kudlit sa mga halimbawang sumusunod:

bata   bati   bato

Ang **pamudpod** ay nilalagay sa mga **titik katinig** lamang para maalis ang nakapaloob na tunog patinig at maiwan ang tunog ng katinig. Mukha itong malaking kuwit na inilalagay sa gawing kanan sa ibaba ng titik.

B

Makikita ang paggamit ng pamudpod sa mga halimbawang sumusunod:

bayani   bayan

Ang paggamit ng pamudpod ay galing sa pagkukudlit sa Surat Hanunuo, sulat na hanggang ngayon ay ginagamit pa rin ng mga Hanunuo ng Mindoro.

B

PAMUDPOD O KRUS KUDLIT?

Isa pang paraan ng pag-aalis ng **tunog patinig** ay ang paggamit ng
krus kudlit sa halip na pamudpod.

Bago ilathala ang isa pang bersiyon ng *Doctrina Christiana*,
iminungkahi ni Padre Francisco Lopez noong 1620 ang paggamit
ng krus kudlit sa bahagi na nakasulat sa baybayin dahil nahihirapan
silang isulat ang mga panalangin sa katutubong wika at sulat. Unang
makikita ang paggamit ng krus kudlit sa bersiyong ito ng *Doctrina
Christiana* na may salin sa wikang Iloko na inilathala noong taong
1621.

Kung ang krus kudlit ang gagamitin, ilagay ito sa gitnang ibaba ng
mga **titik katinig**.

IKATLONG GABAY: PAGBAYBAY GAMIT ANG BAYBAYIN

"Kung anong bigkas, Siyang baybay."

Kung paano bigkasin ang mga salita, ayon sa tunog ng wikang Tagalog, ganoon din ang pagkakasulat o baybay ng mga salita. Huwag gamitin ang **pagkakasulat sa bagong alpabeto** sa pagbaybay ng mga salita sa baybayin.

Ano ang gagawin para maaari pa ring gamitin ang baybayin lalo na kung marami nang salitang mula sa labas ng bansa at naging bahagi na ng wika natin? Isipin na lang kung paano binibigkas ng mga pangkaraniwang Tagalog ang mga tunog na wala sa baybayin.

Halimbawa, kung ang pangalan mo ay "Florence," paano kaya ito bibigkasin ng isang pangkaraniwang Tagalog? Di ba ito ay magiging "Plorens"?

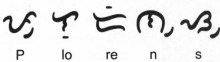

P   lo   re   n   s

Paano kung ang pangalan naman ay "Jonas"? Kung bibigkasin ito ng pangkaraniwang Tagalog ay "Dyonas."

D   yo   na   s

MUNGKAHING KATUMBAS NA MGA TUNOG TAGALOG SA MGA TUNOG NA WALA SA WIKANG TAGALOG

Nakatala sa ibaba ang aming mungkahing kapalit na sulat sa mga tunog na wala sa baybayin.

C	Maaaring K o S. Halimbawa sa pangalan na Carlo, magiging Karlo. Sa pangalang Celine, magiging Selin.	X	Maaaring S o KS. Sa pangalang Xander, ay Sander. Sa pangalan na Alex, magiging Aleks.
F	Ang katumbas ay P.	Z	Katumbas ay S. Zeno ay magiging Seno.
J	Ang katumbas ay Dy. Halimbawa, ang Jeepney ay magiging Dyipni.	Sh	Ang katumbas ay Sy. Tulad sa pangalangang Sharon, magiging Syaron.
Q	Ang katumbas ay Kw. Halimbawa sa pangalan na Queenie, magiging Kwini.	Ch	Ang katumbas ay Ts. Sa pangalang Charlot, magiging Tsarlot.
V	Ang katumbas ay B. Halimbawa sa pangalan na Victor, ito ay Biktor.	Th	Ang katumbas ay T o kaya D. Sa pangalang Kenneth, magiging Kenet. Sa salitang The, magiging Da.

IKAAPAT NA GABAY: PAGBABANTAS (PUNCTUATION)

Sa sinaunang paraan ng pagsulat, dalawa lang ang bantas:

1. Danda (|) - Ginagamit ito na tulad ng kuwit or *comma* (,). Hinahati nito ang isang mahabang pangungusap para mas madaling mabasa. Ginagamit ang danda bilang marka ng paghinto nang saglit bago ituloy ang pagbabasa. Halimbawa:

ᜋ ᜌ᜔ ᜍᜓ ᜂ ᜈ᜔, ᜀ ᜃᜓ ᜅ

Ma   y   ro   o   n   a   ko   ng

ᜎ ᜉᜒ ᜐ᜔, | ᜉ ᜉᜒ ᜎ᜔ | ᜀ ᜆ᜔,

la   pi   s   ,   pa pe l   ,   a   t

ᜉ ᜋ᜔ ᜊᜓ ᜍ ||

pa m bu ra   .

2. Kapid Danda (||) - Ginagamit ito bilang marka o bakas na tapos na ang pangungusap. Halimbawa:

ᜃᜓ ᜋ ᜃ ᜁ ᜈ᜔, ᜀ ᜃᜓ ᜈ ᜅ

Ku ma ka i   n   a ko   na   ng

ᜄᜓ ᜎ ᜌ᜔, || ᜉ ᜋ᜔ ᜉ ᜐᜒ ᜄ ᜎ

gu la y .   Pa m pa si g la

ᜀ ᜅ, ᜉ ᜄ᜔ ᜃ ᜁ ᜈ᜔, ᜈᜒ ᜆᜓ ||

a   ng   pa g ka i   n   ni to .

Mas payak din ang pagbabantas sa baybayin dahil dalawa lang ang ginagamit na bantas kumpara sa mga ginagamit natin sa ating alpabeto ngayon.

Makakapangalan ba kayo ng mga bantas na ginagamit natin sa pagsusulat natin ngayon?

mga sagot: tuldok, kuwit, tandang pananong, tandang padamdam, tutuldok, tuldok-kuwit, atbp.

36

BUOD NG APAT (4) NA GABAY SA PAG-AARAL NG BAYBAYIN

Ito ang apat (4) na bagay na kailangang pag-aralan at matutunan tungkol sa Baybayin.

1. Ang labimpitong (17) titik

2. Ang Pagkukudlit (kudlit sa taas, kudlit sa ibaba, at pamudpod o krus kudlit sa ibaba)

3. "Kung anong bigkas, siyang baybay."

Florence —> Plorens   Jonas —> Dyonas

4. Ang pagbabantas gamit ang danda at kapid danda

| danda || kapid danda

Sa apat na gabay na ito, ang unang gabay lang ang nangangailangan ng panahon para sauluhin. Ang ikalawa hanggang ikaapat na gabay naman ay madaling tandaan at kayang-kaya na makasanayan agad.

MAGSANAY TAYO!

Bakasin ang bawat titik ng baybayin.

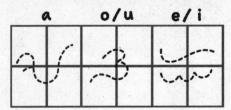

a	o/u	e/i

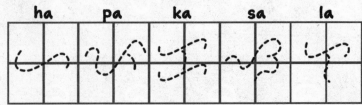

ha	pa	ka	sa	la

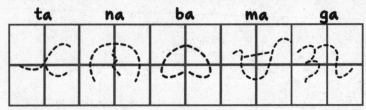

ta	na	ba	ma	ga

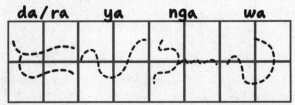

da/ra	ya	nga	wa

MAGSANAY TAYO!

Kopyahin ang titik baybayin sa ilalim ng mga kahon.

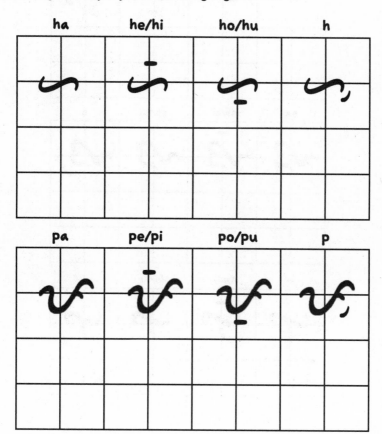

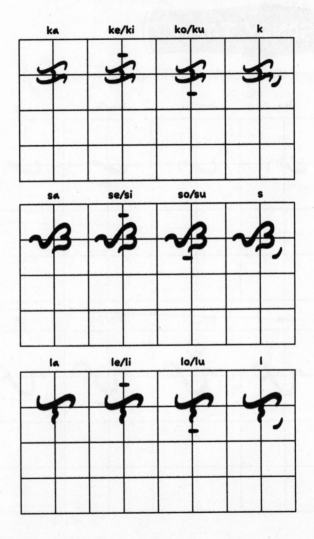
40

	ta	te/ti	to/tu	t

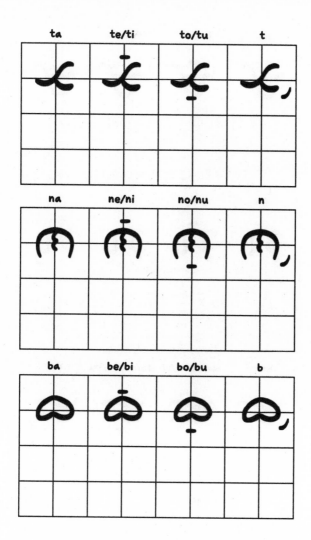

	na	ne/ni	no/nu	n

	ba	be/bi	bo/bu	b

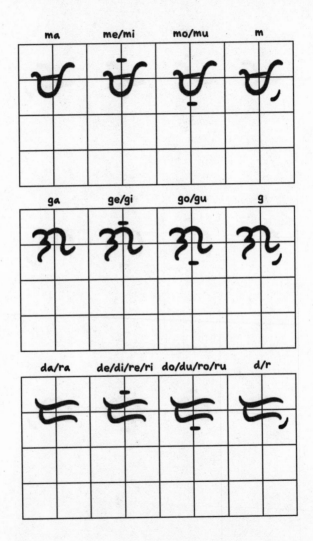

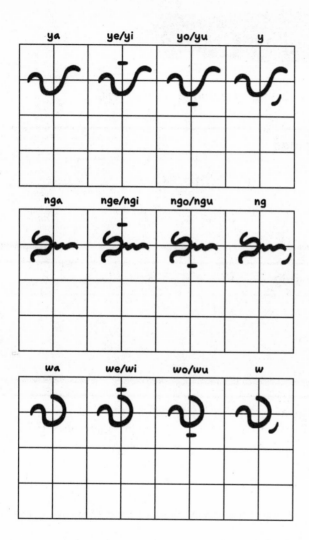

Isulat sa baybayin ang sumusunod na mga salita:

1.	Pilipinas

2.	pag-ibig

3.	ngayon

4. buhay

5. Katipunan

Kung mapapansin sa mga alituntunin, walang nabanggit tungkol sa paggamit ng gitling. Hindi ginagamit ang gitling sa pagsulat sa baybayin dahil ang gabay lamang ay "kung anong bigkas, siyang baybay."

MAGSANAY TAYO!

Subukin na isulat ang iyong pangalan, mga kapamilya, at mga kakilala sa baybayin.

1. Ang pangalan ko ay...

2. Ang pangalan ng magulang ko ay...

3. Ang pangalan ng kapatid ko ay...

4. Ang pangalan ng kaibigan ko ay...

5. Ang pangalan ng kaklase ko ay...

MAGSANAY TAYO!

Isulat sa baybayin ang mga pangungusap sa ibaba.

1. Mahal ko ang aking bayang Pilipinas.

2. Mahilig akong maglaro at mag-aral.

3. Sina Jose Rizal at Andres Bonifacio ay mga bayani ng ating bansa.

4. Marunong na akong magsulat sa baybayin.

MAGSANAY TAYO!

Isulat sa baybayin ang maikling kwento sa ibaba. Gumamit ng mga danda at mga kapid danda.

Sa aking kaarawan, binigyan ako ng isang tuta ng aking lolo. Ang ipinangalan ko sa kaniya ay Muffin. Mahilig siyang maglaro ng bola, maghukay ng lupa, at kumain nang marami.

Sulat, Wika at Kultura

PAG-ARALAN ANG SARILING ATIN

Ang sulat ay salamin ng wika kung kaya kailangan din nating pag-aralan ang katutubong wika na gamit ng mga Tagalog.

Halimbawa, alam ba ninyo kung ano ang salin sa wikang Tagalog ng "*dignity*"? Karaniwang ginagamit ang salitang "dignidad" ngunit ang katumbas na salita nito sa Tagalog ay *sanghaya* (Diksiyonaryong Adarna 2015).

sanghaya

Ano kaya ang maaaring katumbas na salita ng "*analyze*" sa Tagalog? Ang salitang "dalumat" ay nangangahulugang pag-iisip nang malalim (Diksiyonaryong Adarna 2015). Bukod sa "pagsusuri," maaari ding gamitin ang salitang ito.

dalumat

Alam ba ninyo kung ano ang katumbas sa Tagalog ng mga panghalip na **he** at **she**? 'Di ba ito ay "siya"?

Sa taal na wikang Tagalog, pati na rin sa ibang wika ng ating bayan, ang salin ng "**he**" at "**she**" ay **siya** na hindi tiyak kung ang tinutukoy ay lalaki o babae, dahil ang wika natin ay hindi nag-uuri ayon sa kasarian. Kaya naman kahit na sa mga gawain ay ganoon din. Sa mga salitang magsasaka, mangingisda, tagaluto, at iba pang gawain—wala itong tanda kung panlalaki o pambabae dahil ang mga gawaing ito ay maaaring gawin ng pareho.

Ang ganda ng mga taal na salita ng wikang Tagalog. Makikita rin sa pagsulat ng mga salitang Tagalog sa baybayin na ito ay mas may dating! Mahalaga ang pag-aaral ng baybayin dahil ipinapakita nito na bago pa dumating ang mga Kastila, ang mga Tagalog ay marunong nang magbasa at magsulat gamit ang isang angkop na paraan ng pagsusulat ng wika.

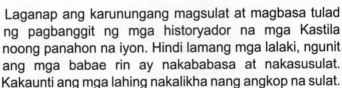

Laganap ang karunungang magsulat at magbasa tulad ng pagbanggit ng mga historyador na mga Kastila noong panahon na iyon. Hindi lamang mga lalaki, ngunit ang mga babae rin ay nakababasa at nakasusulat. Kakaunti ang mga lahing nakalikha nang angkop na sulat.

Ito ay pinagtagumpayan na ng ating mga ninuno at maaaring ipagmalaki na sariling atin at hindi hiram sa mga banyaga. Bukod pa riyan, hindi lang baybayin ang mga katutubong sulat na mayroon tayo.

Palalimin natin ang pagkakakilanlan ng ating sarili bilang Pilipino. Ang wika ay paraan ng paghubog ng ating kamalayan dahil nakapaloob dito kung ano ang pinahahalagahan ng ating kultura.

Dito sa Pilipinas, marami tayong mga wika at ang ilang wika ay may paraan ng pagsulat. Nariyan ang katawagang *kurditan* sa Ilokos, *kulitan* sa Pampanga, *basahan* sa Bikol, at iba pang mga pangkat etnolingguwistiko na may nalikhang sariling sulat bago pa tayo sinakop ng mga Kastila.

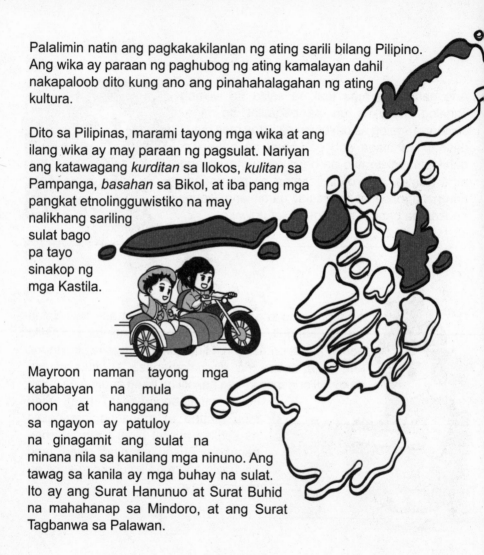

Mayroon naman tayong mga kababayan na mula noon at hanggang sa ngayon ay patuloy na ginagamit ang sulat na minana nila sa kanilang mga ninuno. Ang tawag sa kanila ay mga buhay na sulat. Ito ay ang Surat Hanunuo at Surat Buhid na mahahanap sa Mindoro, at ang Surat Tagbanwa sa Palawan.

Noong 1997, ginawaran ng pagkilala ng Pambansang Museo ng Pilipinas ang Surat Hanunuo, Surat Buhid at Surat Tagbanwa bilang *National Cultural Treasures* ng ating bansa. Nakatala rin ang mga Surat sa *Memory of the World Register ng United Nations Educational, Scientific and Cultural Organization* (UNESCO).

Ang pag-aaral ng iba pang paraan ng pagsulat ay kadalasang nagbibigay ng panibagong pagtanaw at pagpapahalaga sa mga katutubong pamamaraan, 'di lamang sa pagsulat kundi pati na rin sa lalim ng karunungang taglay ng mga kultura ng Pilipinas.

SURAT HANUNUO

Isa sa pwede nating pag-aaralan pa ay ang Surat Hanunuo. Bagama't may pagkakaiba ang mga titik ng Surat Hanunuo sa baybayin ng mga Tagalog, magkatulad ang tunog ng mga titik ng dalawang paraan ng pagsulat. Kaya maaari ding gamitin sa pagsulat ng wikang Tagalog ang Surat Hanunuo. Kung kaya ninyong sumulat sa baybayin, kaya rin ninyo ang Surat Hanunuo! Subukan nating pag-aralan ang Surat Hanunuo.

A	E/I	O/U	Ba	Be/Bi	Bo/Bu
Ka	Ke/Ki	Ko/Ku	Da	De/Di	Do/Du
Ga	Ge/Gi	Go/Gu	Ha	He/Hi	Ho/Hu
La	Le/Li	Lo/Lu	Ma	Me/Mi	Mo/Mu
Na	Ne/Ni	No/Nu	Nga	Nge/Ngi	Ngo/Ngu
Pa	Pe/Pi	Po/Pu	Ra	Re/Ri	Ro/Ru
Sa	Se/Si	So/Su	Ta	Te/Ti	To/Tu
Wa	We/Wi	Wo/Wu	Ya	Ye/Yi	Yo/Yu

SINING BAYBAYIN

Bukod sa paggamit ng lapis at papel, ano pa ang maaaring gamitin sa pagsulat natin ng baybayin?

Maaari din tayong gumamit ng iba't ibang panulat at pagsusulatan, tulad ng mga nakalista sa ibaba.

Mga Gamit para sa Nag-uumpisa Pa Lang

Calligraphy Brush

Ang *calligraphy brush* ay ginagamit sa *Chinese o Japanese Calligraphy*. Ang brush ay kadalasang gawa sa buhok ng hayop at may hawakan na gawa sa tubo na kawayan. Ang laki ng brush ay depende kung gaano kalaking mga titik ang isusulat sa papel. Kasama ng *brush* ang paggamit ng *ink* o tinta para sa pagsusulat.

Calligraphy Pen Nib at Holder

Karaniwang ginagamit ito sa *traditional calligraphy* na maaaring palitan ang *nib* o ang dulong bahagi na panulat nito sa iba't ibang hugis at uri.

Brush Pen

Ito ay uri ng brush na may sariling tinta tulad ng ballpen. May *disposable* at mayroon ding *refillable*.

Paint Brush

Ito ay mga brush na ginagamit sa pagpipinta nang malakihan. Ginagamit ito sa pagpintura at maaaring mabili sa *hardware store*.

Ink

Maraming klase ng tinta na maaaring gamitin na angkop sa uri ng papel na gagamitin. Maaaring gumamit ng *India ink*, *Chinese ink*, at *fountain pen ink* sa mga papel o bond paper na may 80 gsm pataas ang kapal.

Paint

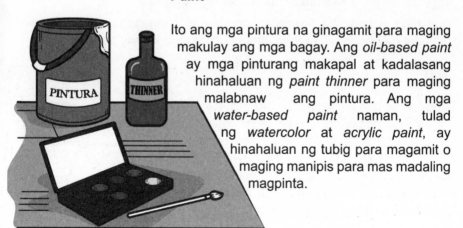

Ito ang mga pintura na ginagamit para maging makulay ang mga bagay. Ang *oil-based paint* ay mga pinturang makapal at kadalasang hinahaluan ng *paint thinner* para maging malabnaw ang pintura. Ang mga *water-based paint* naman, tulad ng *watercolor* at *acrylic paint*, ay hinahaluan ng tubig para magamit o maging manipis para mas madaling magpinta.

Papel

Mahalaga ito dahil may angkop na papel para sa bawat pangmarka na gagamitin. Kung gagamit ng karaniwang pangmarka tulad ng lapis o ballpen, maaaring gumamit ng ordinaryong papel. Kung gagamit ng *marking pens*, *calligraphy brush* at tinta, at *brush pens*, kailangan gumamit ng makapal na papel na hindi kakalat ang tintang gamit. Para sa mga ganitong proyekto, gumamit ng makapal na papel tulad ng 80 gsm o pataas na *bond paper* para hindi kumalat at tumagos sa likod ang gagamiting tinta.

Mga Gamit para sa Mataas na Antas ng Paggawa

Ang mga gagamiting kasangkapan dito ay nangangailangan ng galing, maingat na paggamit ng mga panggupit, at mga kamay sa paglikha.

Clay

Ang tawag dito sa Tagalog ay luwad. Karaniwang nabibili ito sa mga *bookstore* o *craft store* na iisa ang kulay at mayroon namang iba't ibang kulay na nakalagay sa isang pakete. Mayroong mga luwad na panlaro lamang at mayroon ding iba na maaaring patuyuin at patigasin sa pamamagitan ng pagbilad sa araw o sa pagluto nito sa hurno o *oven*.

Craft Foam Sheets

Maraming klase ng proyekto ang pwedeng magawa gamit ang mga craft foam sheets. Kadalasan ay ginagamit ito sa paggawa ng mga *stamp*. Nabibili ito sa mga *craft store*. Maaari itong mabili sa iba't ibang kulay at kapal.

Carving Tools

Ito ay mga gamit pang-ukit na may iba't ibang talim batay sa iba't ibang uri ng ukit na gagawin, na kadalasan ay sa malambot na kahoy ginagamit. Maaari din gamitin ang mga ito sa *clay* o luwad.

Pyrography Pen

Ito ay isang uri ng pangmarka para sa kahoy. May iba't ibang uri ng dulo na maaaring gamitin depende sa uri ng markang gagawin sa kahoy. Mainit ang dulo nito at sinusunog ang ibabaw ng pagmamarkahang *surface* tulad ng kahoy. Ito ay gumagamit ng kuryente kaya kailangan nito ang gabay ng nakatatanda at matinding pag-iingat sa paggamit.

MGA PROYEKTO SA SINING BAYBAYIN

BAYBAYIN CALLIGRAPHY

Alam ba ninyo kung ano ang *calligraphy*? Ito ay pagsusulat ng maganda na kadalasang alpabeto ang isinusulat. Pwede rin ito sa *baybayin calligraphy*.

Kung kabisado na ninyo ang pagsulat ng baybayin nang hindi na tumitingin sa inyong kodigo, maaari na kayong magsulat gamit ang brush. Maaaring gumamit ng simpleng brush at itim na tinta. Gumamit ng papel na may 80 gsm o pataas ang kapal para hindi tumagos ang tinta.

Subukan mong isulat ang bawat titik ng baybayin na may mga pabilog na sa dulo ng mga titik. Isulat sa ganitong paraan ang bawat titik baybayin.

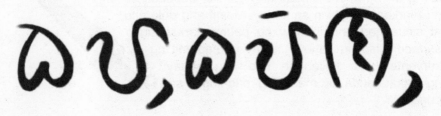

BAYBAYIN GUIDE BOOKMARK

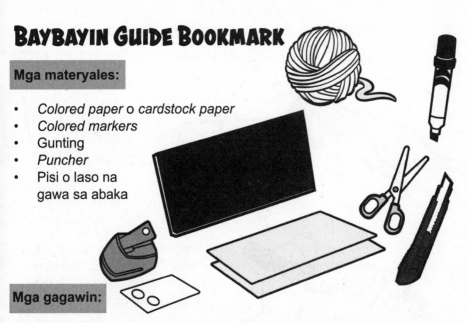

Mga materyales:

- *Colored paper* o *cardstock paper*
- *Colored markers*
- Gunting
- *Puncher*
- Pisi o laso na gawa sa abaka

Mga gagawin:

1. Gupitin ang cardboard na may lapad na 2 pulgada (*inches*) at may haba na 6 pulgada.

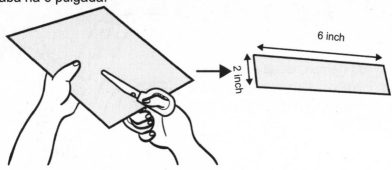

6 inch

2 inch

2. Lagyan ng butas ang ginupit na cardboard gamit ang puncher sa gawing dulo.

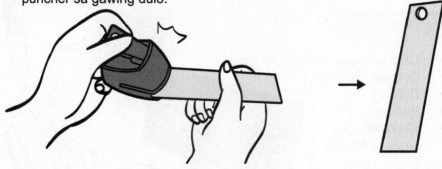

3. Pagkasyahin na isulat ang lahat ng titik ng baybayin gamit ang mga colored markers sa cardboard.

4. Sa likod naman, isulat sa baybayin ang iyong pangalan o kung anuman ang gusto mong isulat sa baybayin.

5. Talian ng pisi ang ginawang butas sa papel.

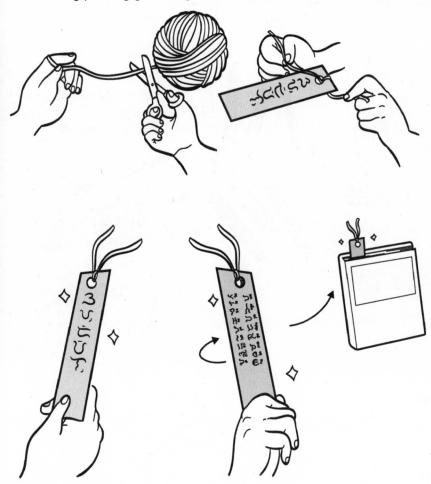

GREETING CARD

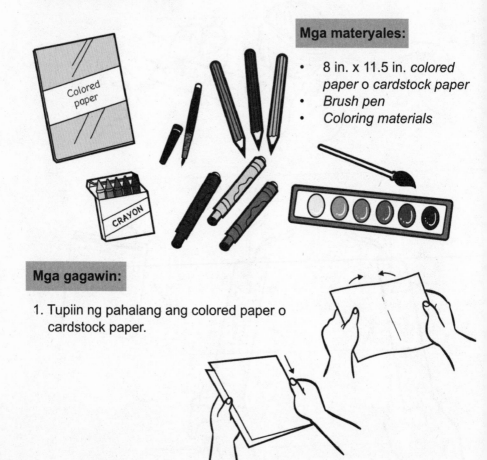

Mga materyales:

- 8 in. x 11.5 in. *colored paper* o *cardstock paper*
- *Brush pen*
- *Coloring materials*

Mga gagawin:

1. Tupiin ng pahalang ang colored paper o cardstock paper.

2. Sa harap ng nakatuping papel, lagyan ito ng palamuti ayon sa pupuntahang okasyon o pagbati na gusto mong maiparating sa pagbibigyan ng iyong gawa.

3. Sa loob ng *card*, isulat sa baybayin ang iyong pagbati at ang iyong pangalan.

4. Maging malikhain sa pagpapaganda ng iyong gawa. Maaari kang gumamit ng crayons, brush pen, watercolor, colored markers, at iba pa sa paglalagay ng palamuti.

CLAY CRAFTS

- *Air dry clay* o *polymer clay* (luwad)
- *Toothpick*
- *Acrylic paint*
- *Paintbrush*
- *Flat watercolor brush (opsiyonal)*
- *Clear varnish* o *sealer (opsiyonal)*

Mga gagawin:

1. Masahin ang clay para mapalambot ito at mas madaling mahulma.

2. Bilugin ang clay.

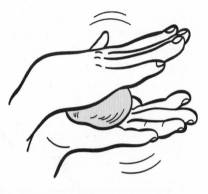

3. Ihulma ang clay sa hugis o porma na gusto mo.

4. Gumamit ng toothpick para makaukit ng disenyo at ng mga salitang nakasulat sa baybayin. Maaaring gumamit ng flat watercolor brush para dahan-dahang malinis ang inukit na salita at maalis ang mga tastas na clay.

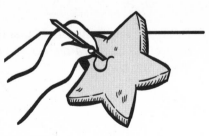

5. Patuyuin o patigasin ang iyong clay craft ayon sa nakalagay sa gabay na kasama sa *packaging* ng ginagamit mong clay.

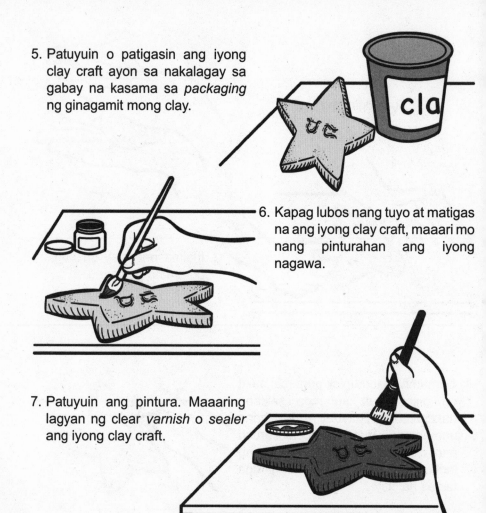

6. Kapag lubos nang tuyo at matigas na ang iyong clay craft, maaari mo nang pinturahan ang iyong nagawa.

7. Patuyuin ang pintura. Maaaring lagyan ng clear *varnish* o *sealer* ang iyong clay craft.

Papier-Mâché Door Hanger

Mga materyales:

- *Cardboard sheet* o ¼ *illustration board*
- Lumang diyaryo
- Manipis na taling abaka
- *¼ illustration board*
- *Glue gun*
- *Poster paint*
- 1 tasa harina
- 2 tasa tubig
- 1 kutsarita asin

Mga gagawin:

1. Sumukat ng 5" x 12" sa illustration board at gupitin.

2. Lukutin at bilugin nang pahaba ang diyaryo na may sukat na ½ inches ang bilog.

71

3. Talian ang nilukot na diyaryo ayon sa pagkakahugis para madali itong pormahing titik ng baybayin. Gumawa ng ilang mahabang nilukot na papel na magkakasya sa mga titik ng iyong pangalan.

4. Sa illustration board, iayos ang pagkakalapat ng mga titik ng iyong pangalan sa baybayin na gawa sa nilukot na diyaryo. Idikit ang mga ito gamit ang glue gun.

5. Gumawa ng papier-mâché paste. Sa isang mangkok, ilagay ang 1 tasa ng harina, 2 tasa ng tubig, at 1 kutsarita na asin. Haluin ito nang mabuti habang iniinit para hindi mamuo.

6. Kumuha ng mga pira-pirasong diyaryo at isawsaw ang mga ito sa papier-mâché paste. Idikit ang pira-pirasong papel sa mga pinormang titik.

7. Takpan din ng mga pira-pirasong diyaryo na may paste ang illustration board.

8. Patuyuin ang ginawang papier-mâché magdamag.

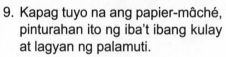

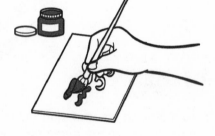

9. Kapag tuyo na ang papier-mâché, pinturahan ito ng iba't ibang kulay at lagyan ng palamuti.

10. Gumamit ng *tape* o *glue gun* para idikit ang abaka na magsisilbing pansabit ng paper maché sa dingding.

FABRIC CRAFT

Mga materyales:

- *Cotton t-shirt* o ibang gamit na gawa sa tela tulad ng *canvas* na bag
- *fabric marker*
- *Cardboard sheet*
- Sipit

Mga gagawin:

1. Kumuha ng isang cotton t-shirt o ng kahit na anong gamit na gawa sa tela na nais lagyan ng palamuti.

2. Ilapat ang cardboard sheet sa loob ng t-shirt at sa ilalim na bahagi nito na lalagyan mo ng dekorasyon. Isipit ang t-shirt sa cardboard sheet para hindi ito gumalaw habang sinusulatan gamit ng fabric marker.

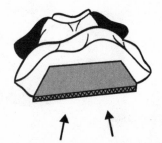

3. Maging malikhain sa iyong paglalagay ng dekorasyon. Maaaring magsama ng guhit ng mga larawan sa mga salitang nais mong isulat sa baybayin.

4. Patuyuin ang iyong ginawang dekorasyon sa t-shirt ayon sa nakalagay na oras sa gabay ng paggamit ng fabric marker na ginamit mo.

sapatos

tote bag

coin purse

wall
display

t-shirt

sarong

PALAWIT (NECKLACE PENDANT)

Mga materyales:

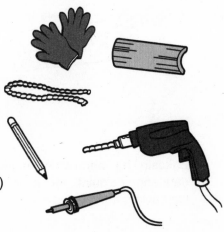

- Kawayan na pinutol sa sukat na ¾ inches x 2 inches
- *Cotton rope* na pangkwintas
- *Drill* para pambutas ng kawayan
- Lapis
- *Permanent marker*
- *Pyrography pen* (opsiyonal)
- *Heat resistant gloves* (opsiyonal)

Mga gagawin:

1. Gamit ang *drill*, lagyan ng butas sa dulo ang kawayan para maging lusutan ng tali. Humingi ng tulong sa nakatatanda para gamitin ang drill.

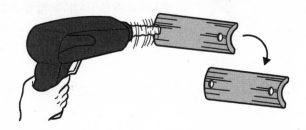

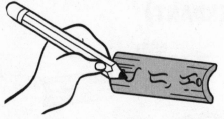

2. Sa makintab na balat ng kawayan, gumamit ng lapis sa pagmamarka ng mga hugis ng titik ng baybayin. Ito ang magiging gabay sa pagsulat.

3. Bakasin ng permanent marker ang naunang naisulat na mga titik ng baybayin gamit ang lapis.

4. Pagkatapos isulat ang pangalan o anumang salita sa baybayin, gumupit ng *cotton rope* na husto ang haba sa sukat ng iyong leeg o kung gaano kahaba mo nais ang iyong palawit.

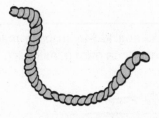

5. Ipasok sa butas ang cotton rope at pagbuhulin ang mga dulo nito.

Kung gagamit ng pyrography pen sa pagmamarka sa kawayan:

a. Sundin ang una hanggang ikatlong hakbang sa paghahanda ng gagamiting piraso ng kawayan.

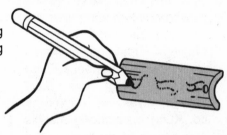

b. Magsuot ng heat-resistant gloves bago gamitin ang pyrography pen.

c. Isaksak sa *outlet* ang pyrography pen at hintayin uminit ang dulo nito. Depende sa klase ng iyong pyrography pen, maaaring umabot sa 5 minuto ang pagpapapainit ng dulo nito bago maaaring gamitin.

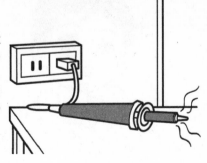

d. Sundan sa pag-ukit gamit ang pyrography pen ang nakasulat sa lapis na nasa kawayan Maging mabagal ngunit madiin sa pagbakat ng mga nakasulat sa lapis para matiyak na nagmarka ito. Kung masyadong mabilis ang paggamit ng pyrography pen, hindi ito tatatak nang madiin.

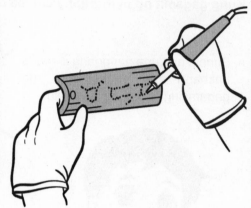

e. Sundin ang mga hakbang bilang apat hanggang lima para gawin ang kuwintas ng palawit.

STAMP

Mga materyales:

- *Craft foam sheet*
- *Ballpoint pen*
- *glue*
- *stamp pad* o pintura
- Iba't-ibang sukat ng takip ng bote na mahahanap
- Malaking gunting o *cutter*
- *Stencil*

Mga gagawin:

1. Pumili ng titik ng baybayin na gagawing stamp. Iguhit ang titik na ito sa craft foam sheet gamit ang ballpen at gupitin gamit ang malaking gunting o cutter. Humingi ng tulong sa nakatatanda sa paggamit ng matatalas na gamit.

2. Idikit nang pabaliktad o *mirror image* ang titik sa takip ng bote na kakasya ang ginupit na hugis ng titik.

3. Idiin sa stamp pad o lagyan ng manipis na pintura ang iyong nagawang stamp at itatak ito sa papel.

Kung gagamit ng mga stencil na may iba't ibang hugis:

1. Ilapat ang stencil sa taas ng craft foam sheet. Pumili ng gusto mong hugis mula sa stencil at bakasin ito sa craft foam sheet gamit ang ballpen.

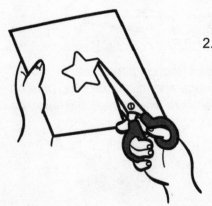

2. Gupitin ang nagawang hugis gamit ang malaking gunting o cutter. Humingi ng tulong sa isang nakatatanda sa paggamit ng mga matatalas na gamit.

3. Gamit muli ang ballpen, bakasin ang nais mong disenyo at salitang nakasulat sa baybayin sa piraso ng craft foam sheet na nabuo gamit ang stencil. Tandaan na dapat pabaliktad o *mirror image* ang isusulat na salita sa baybayin.

4. Idikit sa takip ng bote na kakasya ang ginawang stamp.

5. Idiin sa stamp pad o lagyan ng manipis na pintura ang iyong nagawang stamp at itatak ito sa papel.

APENDISE
MGA SAGOT PARA SA MGA PAGSASANAY

Mga Sagot para sa pahina 44-45.

1. ᜃ Pi li pi na s

2. Pa g i bi g

3. Nga yo n

4. Bu ha y

5. Ka ti pu na n

Mga Sagot para sa pahina 48-49.

1. Ma ha l ko a ng Pi li pi na s .

2. Ma hi li g a ko ng ma g la ro

at ma g a ra l .

3. Si na Ho se Ri sa l at

A n d re s Bo ni pa s yo

a y ma nga ba ya ni na ng

a ti ng ba n sa .

4. Ma ru no ng a ko ng

ma g su la t sa

ba y ba yi n .

Mga Sagot para sa pahina 50.

ᜐ ᜋᜃᜒᜅ᜔ ᜃᜀᜇᜏᜈ᜔ ᜵
Sa a ki ng ka a ra wa n ,

ᜊᜒᜈᜒᜄ᜔ᜌᜈ᜔ ᜀᜃᜓ ᜈᜅ᜔
bi ni g ya n a ko na ng

ᜁᜐᜅ᜔ ᜆᜓᜆ ᜈᜅ᜔ ᜀᜃᜒᜅ᜔ ᜎᜓᜎᜓ ᜶
i sa ng tu ta na ng a ki ng lo lo .

ᜀᜅ᜔ ᜁᜉᜒᜈᜅᜎᜈ᜔ ᜃᜓ ᜐ
A ng i pi nga la n ko sa

ᜃᜈ᜔ᜌ ᜀᜌ᜔ ᜋᜉᜒᜈ᜔ ᜶ ᜋᜑᜒᜎᜒᜄ᜔
ka n ya a y Ma pi n . Ma hi li g

ᜐᜒᜌᜅ᜔ ᜋᜄ᜔ᜎᜇᜓ ᜈᜅ᜔ ᜊᜓᜎ ᜵
si ya ng ma g la ro na ng bo la ,

ᜋᜄ᜔ᜑᜓᜃᜌ᜔ ᜈᜅ᜔ ᜎᜓᜉ ᜵ ᜀᜆ᜔
ma g hu ka y na ng lu pa , a t

ᜃᜓᜋᜁᜈ᜔ ᜈᜅ᜔ ᜋᜇᜋᜒ ᜶
ku ma i n na ng ma da mi .

86

BIBLIOGRAPIYA

Blair, Emma Helen, ed. *The Philippine Islands, 1493-1529* Explorations by Early Navigators, Descriptions of the Islands and Their Peoples, Their History and Records of the Catholic Missions, as Related in Contemporaneous Books and Manuscripts, Showing the Political, Economic, Commercial and Religious Conditions of Those Islands from Their Earliest Relations with European Nations to the Beginning of the Nineteenth Century. Vol. 16. 55 vols. Urbana, Illinois, USA: Gutenberg Project. 2005. http://www.gutenberg.org/cache/epub/15157/pg15157 images.html.

Blair, Emma Helen, James Alexander Robertson, and Edward Gaylord Bourne, eds. *The Philippine Islands, 1493-1529* Explorations by Early Navigators, Descriptions of the Islands and Their Peoples, Their History and Records of the Catholic Missions, as Related in Contemporaneous Books and Manuscripts, Showing the Political, Economic, Commercial and Religious Conditions of Those Islands from Their Earliest Relations with European Nations to the Beginning of the Nineteenth Century. Vol. 12. 55 vols. Urbana, Illonois, USA: Gutenberg Project, 2005. http://www.gutenberg.org/cache/epub/15022/pg15022-images.html.

De Castro, Pedro Andres. Baybayin: O*rtograpiya at Mga Tuntunin Sa Pagsusulat Sa Wikang Tagalog*. Edited by Elvin R. Ebreo. Manila: Komisyon Ng Wikang Filipino, 2014.

Guillermo, Ramon, Myfel Joseph D. Paluga, Maricor Soriano, and Vernon R. Totanes. *3 Baybayin Studies*. Quezon City: University of the Philippines Press, 2017.

Postma, Anya I., ed. Surat Mangyan:*A Primer to Mangyan Script. 3rd ed.* Calapan City, Oriental Mindoro: Mangyan Heritage Center, 2013.

San Buenaventura, Fr. Pedro. *Vocabulario Dela Lengua Tagala*: El Romance Castellano Puesto Primero. Pila, Laguna: N.A., 1613. Facsimile

Tolentino, G. E. *Ang Wika at Baybaying Tagalog*. Manila: N.A, 1937.

Woods, Damon L. *The Myth of the Barangay and Other Silenced Histories*. Quezon City: University of the Philippines Press, 2017.

PAGKILALA AT PASASALAMAT

Dahil ito ang aking unang aklat na kinatha, maraming kailangang pasalamatan: sina Ma'am Tess Obusan at Reimon Cosare, na naging kalakbay sa pagpapataas ng kamalayan pagdating sa kultura; mga naging kasama sa Hibla at Sanghabi—lalo na kay Orlan de Guzman, na naging takad ng pagsulong ng pagbabahagi ng katutubong kultura; sa aking mga magulang at mga kapatid na tiniis ang aking kahibangan; sa aking patnugot at ang kaniyang kapatid na matindi ang haba ng pisi, sa walang sawang pagpapaalala sa akin na magpasa; kay Di Yo Bi, aking sigya; at higit sa lahat, sa Poong Maykapal na laging patnubay sa aming gawain para sa kalinangan at sa bayan. BHLNW.

TUNGKOL SA MAY-AKDA

Si Leo Emmanuel S. Castro, o Kuya Leo, ay ang *Executive Director* ng Sanghabi. Siya ang pangunahing tagapagpadaloy ng mga pandayan ng grupo. Bukod sa pagtuturo ng baybayin at Sulat Hanunuo, si Kuya Leo rin ang pangunahing nagpapadaloy ng Pintigan na patungkol naman sa mga katutubong instrumento ng Pilipinas. Kung siya ay di nagpapandayan, si Kuya Leo ay mahahanap sa kung saan-saan, naglalako ng mga #SulatUkitBurdaNgSanghabi at gumagawa ng mga kawayang instrumento sa San Juan.

Picture Books

Bayani Biographies

Gregoria de Jesus

Natasha Kintanar

Jose Rizal

John Ray Ramos

Andres Bonifacio

John Ray Ramos | Michael Chienhuang "Liam" Chua

Handy Books

BAYBAYIN
Ating Tuklasin!

Lee Emmanuel Datu

Awtor Ako!
Malikhaing Pagsulat,
Malikhaing Kabataan
Eugene Y. Evasco

COOKING 101
FOR KIDS AND KIDS-AT-HEART
Written by
Atty. Golda Lynn C. Zaraspe, J.D.

DESSERTS 101
FOR KIDS AND KIDS-AT-HEART
Written by
Atty. Golda Lynn C. Zaraspe, J.D.

MEOW AND FUREVER
GROWING UP WITH YOUR CAT

Some Bunny to Love
Fiel John Meria

BIG BOOK of DOGS!

Fish Be with You
Fiel John Meria

kahel press

Purchase copies on
www.stmatthews

Kahel Press
is the children's book imprint
St. Matthew's Publishing Corp.

For inquiries and bulk orders
textbooks and children's bo
contact us through:
inquiry@stmatthews.ph
(02) 4265611.